Eighteenth Rose

Shinosakka

Ukiyoto Publishing

All global publishing rights are held by

Ukiyoto Publishing

Published in 2025

Content Copyright © Shinosakka

ISBN 9789370095656

*All rights reserved.
No part of this publication may be reproduced,
transmitted, or stored in a retrieval system, in any
form by any means, electronic, mechanical,
photocopying, recording or otherwise, without the
prior permission of the publisher.*

The moral rights of the authors have been asserted.

*This is a work of fiction. Names, characters, businesses,
places, events, locales, and incidents are either the
products of the author's imagination or used in a
fictitious manner. Any resemblance to actual persons,
living or dead, or actual events is purely coincidental.*

*This book is sold subject to the condition that it shall
not by way of trade or otherwise, be lent, resold, hired
out or otherwise circulated, without the publisher's
prior consent, in any form of binding or cover other
than that in which it is published.*

www.ukiyoto.com

Acknowledgement

First and foremost, I would like to express my deepest gratitude to my beloved parents, Laarni and Arnold, and to my siblings, John Christian and Meynard. You are my greatest inspiration in pursuing my dream of becoming a published author. Your love and belief in me kept me going even when things got tough. Also, a heartfelt thank you to Mark Kendrick Orsua for creating the full book cover; your talent brought my vision to life in the most beautiful way.

To my boyfriend, John Loyd, thank you for your unwavering support. You not only funded my full book cover, but you also continue to inspire me every single day. Your emotional intelligence, patience, and love give me strength and help me hold on to this journey. You are a huge part of why this dream is now a reality.

This book is for all of you; with love and gratitude.

Shinosakka

It is already three in the morning, and the moon and stars are still shining. I can't sleep. Maybe it's because my mind is filled with thoughts and sad memories, or maybe… I just miss Papa.

I gaze up at the strange sky.

"Papa..." A slow tear gently escapes from my left eye.

I was busy doing my school works when my father called. It took 3 missed calls before I was able to answered it.

["Lieverd?"] It was Papa over the phone.

"Lieverd" is a Dutch word for "Sweetie". And yes, Dutch blood is running throughout my vessels.

"Hmm?" I hummed and took a sip of coffee.

["Ba't ngayon mo lang sinagot?"] I chuckled the moment I heard how he pronounced every single Tagalog word with Dutch accent.

"Papa, 'di bagay sa Tagalog 'yang Dutch accent," puna ko sa kaniya na ikinatawa naman niya sa kabilang linya.

["The fact that I can already speak Tagalog, I guess, it's an improvement. But anyway, napatawag lang naman ako to ask you something."]

"What is it?" I asked.

["Wat wil je voor je achttiende verjaardag, Lieverd?"] (What do you want for your eighteenth birthday, Sweetie?) He asked.

Bahagyang napangiwi ako sa tinanong ni Papa. "Seriously, Pa? Eh, June palang, tapos next year pa 18th birthday ko, remember?"

["Ik weet het, Lieverd. (I know, I know, Sweetie.) Pero mas mabuti nang asikasuhin ko habang maaga pa. Alam mo naman, sa panahon ngayon, yo'ng isang taon parang isang buwan nalang. So, my Princess, what do you want? Should I throw a grandiose birthday party?"]

Sumilay ang napakalapad na ngiti sa aking labi dahil sa tinuran ni papa. He really loves spoiling me. Maybe because I am his only child and he was trying his best to prove me that he can support me financially without any help from others.

He applied in Libya as a Revit Architectural Technician. Actually, two weeks palang siya roon. So, I am here, alone. Nguni't sinasanay ko naman ang sarili ko na mag-isa, howbeit hindi talaga ako sanay. But I have to. And if you are going to ask me if where is my mother? I do not where she is. Hindi rin naman sinasabi sa akin ni papa kung nasaan na siya. All I knew is they have been separated since I was three years old.

Months passed by, albeit we were apart from each other, he still made me felt that he really loves and cares for me. By sending money and calling me everyday. Everytime he calls, he would tell me how his day was. And everytime I would put myself to sleep, he would sing me a song. Our favorite song, 'Dance with my father' by Luther Vandross.

Naiiyak ako sa mga sandaling nauulinig ko ang kaniyang boses. Bukod sa maganda at malamig iyon, marahil ay talagang nangungulila na ako sa kaniya. Hindi ako sanay na walang kasama dito sa bahay. Hindi ako sanay na wala akong katabing matulog. At hindi ako sanay na wala si papa sa tabi ko. I miss him. So much..

"The deadline for the aforementioned contribution will be on the day after tomorrow. And your musical play will be presented this coming week. So, get ready. That's all for today. Class, dismiss."

Bagsak ang mga balikat na napabuga ako ng hangin matapos ang klase. Maliban sa wala akong gana ngayong araw, hindi rin sumasagot si papa sa mga tawag ko. Limang araw na siyang hindi nagpaparamdam sa akin and I do not know kung anong nangyayari sa kaniya doon sa Libya. Kung ayos lang ba siya o ano. Alalang-alala na ako sa kaniya. If I could just run to him, pero masyadong malayo ang Libya. Ni wala na nga akong ipambabayad sa mga bayarin sa school, so that is why I need to talk to him. I badly need to. But how can I talk to him if he was not even answering my calls? Aaargh!

Kinagabihan napabalikwas ako sa pagkakahiga nang maulinig ko ang tunog ng phone ko. It was a phone call from... I placed my gaze at the phone. It was papa!

Kahit papaano ay nabawasan ang aking pag-aalala nang muli kong narinig ang boses niya. Subali't parang may nagbago. Nararamdaman kong may problema siya. Halatang-halata sa boses niya. Napakatamlay. At parang naririnig ko din siyang umiiyak, pero kapag tinatanong ko naman siya, ang sinasabi niya lang ay may sipon siya.

But I knew there was something wrong. I could feel it.

Eight days before my birthday and it has been six days since our last talk. I have been also wondering if it was just a part of his surprise, but it was not. I was wrong...

November 28, 2020. It was the day full of surprises. Everything was so special to the point I even struggled to breathe..

Pagkagising ko sa araw na iyon, nasapo ko nalang ang aking bibig at nanlalaki ang mga matang pinakatitigan ang nakalapag na gray ball gown sa may paanan ko. Naroon din ang isang silver tiara at silver pairs of shoes. Bagsak ang pangang pinagmasdan ko ang mga iyon. Alexander Mcqueen, Stuart Weitzman, Miu Miu, Walter Steiger Jimmy Choo and- what the? Gucci? Oh god... I did not expect this.

Napakaswerte ko talaga kay papa. Nasasabik na tuloy ako para sa party mamaya. And you know what excite me the most? To see my father and dance with him. Basta! I will hug him tightly and put kisses in every part of his face later.

Inayos ko muna ang hinigaan ko bago napagpasyahang magtungo sa kusina para magluto. Kumakalam na rin kasi ang sikmura ko. Subali't mukhang hindi ko na kailangang gawin iyon. Nadatnan kong may nakahain na sa dining table. Nagtataka man ay dagli akong dumulog doon at naupo. Kapagkuwan ay bahagya akong napaigtad nang may humawak sa magkabila kong balikat.

"Happy Birthday, Hyacinth Agathe," someone greeted me behind my back.

Nilingon ko iyon at napangiti ako nang makilala kung sino siya. It was Uncle Morgan.

"Thank you, uncle," I uttered. "You co-"

"Yes," he cut me. "And I'll be the one to help you prepare for the party," he added. It was a serious voice of him. Kapagkuwan ay naupo na rin siya sa tapat ko.

"Will papa make it?" I vent a sudden question.

Instead of uttering a word, he just nodded and smiled. There was something wrong with his smile. I could sense it.

Nakangiti kong pinagmamasdan mula sa stage ang mga bisitang naroon. They were all smiling at me as if I was a bizarre and aesthetic view. Kitang-kita ko ang mga nagniningning na mga mata ng aking mga kaibigan habang nakatuon ang kanilang tingin sa akin. Subali't agad akong nalulingkot nang maalala ko si papa. Where is he? Is he coming?

I sighed.

Kapagkuwan ay nagitla ako nang may humawak sa balikat ko. It was uncle. He was about to say something when I instantly stood up. It was the most awaited moment- eighteen roses.

At dahil medyo mabigat ang suot kong ball gown, inalalayan ako ni uncle pababa ng stage. Nang makarating na kami sa gitna ay agad niya akong binitawan at iniwang mag-isa roon. Kapagkuwan ay bahagyang napapikit ako at itinapat ang aking palad malapit sa aking mga mata nang sunod-sunod na bumukas ang spotlights sa palibot ng venue. Lahat iyon ay nakatutok sa akin. Halos wala akong maaninag na kahit ano. Puro puti lang ang nakikita ko.

Makaraan ang ilang sandali ay naulinig ko ang malamyos na tunog ng orchestra at magandang tinig ng isang lalaki na hindi ko alam kung sino, nguni't parang pamilyar sa akin ang kaniyang boses.

They were playing 'Marry your daughter' by Brian McKnight.

> *Sir, I'm a bit nervous*
> *'Bout being here today*
> *Still not real sure what I'm going to say*
> *So bare with me please*
> *If I take up too much of your time*

See in this box is a ring for your oldest
She's my everything and all that I know is
It would be such a relief if I knew that we were on the same side
Very soon I'm hoping that I...

May naaninag akong bulto ng isang lalaki na papalapit sa akin at may hawak-hawak na rosas. Kapagkuwan ay lumuhod ito at inilahad ang kaniyang kamay kung saan naroon ang rosas na hawak niya.

"Maaari ba kitang isayaw, binibini?" It was the nerd guy, Justin Andrei. My elementary crush.

I chuckled and nodded. Then we started dancing.

Can marry your daughter
And make her my wife
I want her to be the only girl that I love for the rest of my life

And give her the best of me 'till the day that I die, yeah
I'm gonna marry your princess
And make her my queen
She'll be the most beautiful bride that I've ever seen
I can't wait to smile
When she walks down the isle
On the arm of her father
On the day that I marry your daughter

For the seventeenth rose, it was uncle. Mayroon akong napansin habang sumasayaw kami. He was just staring at me, blankly. He was not even smiling. And the moment I honed-in my gaze at his eyes. I saw something. I saw sympathy...

Kasabay ng pagdilim ng buong paligid ay ang dahan-dahang pagbitaw ni uncle sa akin, hanggang sa ako nalang ulit ang nandoon sa gitna.

Ilang segundo rin ang lumipas bago mayroong umilaw sa stage. Hindi lang iyon basta-bastang ilaw. Iyon ay ilaw na nanggagaling sa projector.

Kasabay nang pagtugtog muli ng orchestra ay ang paglitaw ng mga larawan sa malaking projector screen na nasa stage.

The first photo showed up was me and papa when I was one year old. Nakangiting kalong-kalong niya ako at bahagyang pinipisil nito ang ilong ko.

Back when I was a child
Before life removed all the innocence
My father would lift me high
And dance with my mother and me
And then

Ang pangalawang larawan ay yoong two years old ako. Nakaupo ako sa balikat ni papa. Inaalalayan niya ako sa pamamagitan ng paghawak niya sa magkabila kong beywang. Pareho kaming nakangiti na halos kita na ang aming mga gilagid.

I chuckled and shook my head.

Spin me around 'till I fell asleep
Then up the stairs he would carry me
And I knew for sure
I was loved

Ang pangatlong larawan naman ay noong three years old ako. Kagat-kagat ko ang tainga ni papa, habang siya ay nagkukunwaring umiiyak.

Kagat-labi kong pinakatitigan ang larawan at hindi ko napigilang tumawa sa sumunod na larawan. He was lifting me in the air and he has a poop on his face. I just chuckled when I realized whose poop it was.

If I could get another chance
Another walk
Another dance with him
I'd play a song that would never ever end
How I'd love love love
To dance with my father again

Hindi ko namalayang sunod-sunod na palang nagsipatakan ang aking mga luha. Kapagkuwan ay iginala ko sa paligid ang aking tingin, nagbabakasakaling makikita ko si papa, pero ni anino niya ay hindi ko natanaw.

Lumubay sa pagtugtog ang orchestra kasabay ang paglukob ng isang tinig sa buong venue. Napakapamilyar ng boses na iyon saka muli akong napalingon sa stage sa kadahilanang galing doon ang boses na naulinig ko.

Bumungad sa akin ang mukha ni papa sa projector screen dahilan para mapangiti ako. Subali't agad din naman nawaglit ang ngiti ko at nangunot ang aking noo nang mapansin ang eyebag sa kaliwang mata ni papa at ang isang pahabang sugat sa pisngi niya. He looked so tired and miserable. Pinunasan ko ang nakatakas na luha sa aking mata saka nakipagtitigan kay papa sa projector screen.

"Lieverd," He smiled as if everything was in a halcyon atmosphere. "if you're currently watching this video, it only means one thing..." He wiped his tears.

Bahagya din siyang umiwas ng tingin saka yumuko. "I'm dead." Agad na bumagsak ang magkabila kong balikat at nasapo ang aking mukha dahil sa kaniyang tinuran. Kapagkuwan ay sunod-sunod na kumawala ang mga butil ng luha galing sa aking mga mata.

"Sorry if I'm not gonna make it on your special day. But, sweetie, I'll assure you, you're gonna have a grandiose birthday celebration, swear. And you should thank your uncle for making it happen. I gave him all the money I have in order for him to prepare for your special day. At kung tatanungin mo 'ko kung ba't nasabi kong patay na ako sa oras na mapanood mo 'tong video?" He took a deep breathe before proceeding. "Hyacinth, akala ko na magkakaroon ako ng magandang trabaho dito sa Libya. Oo, no'ng una, naging maganda naman yo'ng trato nila sa'kin dito. Malaki yo'ng sweldo dahilan para makaipon ako para sa pang-araw-araw mo at iba pang mga bagay na kailangan mo, lalo na para sa eighteenth birthday mo, Lieverd. Pero isang araw, biglang nagbago lahat. Hindi ko namalayang sinabotahe na pala ako. Nawalan ng trabaho at nagpagala-gala sa kalsada. Naging basurero, katulong, at mangingisda. Dumating na rin sa puntong sa mga trashcans nalang ako kumukuha ng mga kinakain ko. Ang hirap, Hyacinth. Sobrang nahihirapan na ako..." He sighed.

"And as you noticed this eyebag." Itinuro niya ang kaniyang matang mayroong eyebag at nagpakawala ng pekeng ngiti. "Nakuha ko 'yan no'ng binugbog ako." Natatawang kinamot niya ang kaniyang batok.

Really? May gana pa siyang tumawa after what he had suffered?

"Papa..." Hindi ko na napigilang mapahagulhol.

"Buti nalang at tinulungan ako ng uncle mo. Kasi kung hindi siya dumating, ewan ko kung napano na 'ko. Mga dalawang araw din akong nakitira sa bahay niya. We settled a plan for your birthday party before everything fucked up. Hinuli ako ng mga pulis. I was incarcerated in the jail. But, Lieverd, I'm innocent. I really am. I did nothing but worked hard. Wala akong sinagasaang tao sa trabaho, pero pinagbintangan nila akong traydor. Tumakas ako nang nagkaroon ng giyera dito sa Tripoli. All I want is to go back home and be with you, Lieverd. So, here I am, taking video and saying goodbye, because I know they won't let me live. They won't let me go back there. They will surely kill me..." He faked a smile and wiped his tears.

Nilingon ko ang mga bisitang tutok na tutok rin sa panonood sa projector screen. Lahat na rin sila umiiyak. Napatingin pa sa akin ang mga kaibigan ko na animo'y tinatanong kung ayos lang ba ako. Pekeng ngiti at tango lang ang itinugon ko sa kanila saka muling bumaling sa projector screen.

"Lieverd? My Princess, sorry if papa can't be with you anymore. As much as I still want to witness how you grow up as an independent lady, be a successful woman, get marry and have kids, unfortunately, I can't make it anymore. But promise, I'll be your eighteenth rose and your last dance in your special day." He winked. "Happy Birtday, My Princess. Ik hou van jou... (I love you...)" He kissed his palm and blew it to my direction. Agad ko ring sinalo iyon gamit ang aking kanang kamay at idinikit sa aking dibdib.

Kapagkuwan ay natanaw kong umaakyat si uncle sa stage na may dalang microphone.

"Hyacinth, I should say sorry for not telling you about this. Your father told me to clam up and vent nothing. I'm sorry..." He then glanced at the left side of the stage and nodded. The moment he went down the stage, the projector screen began showing a new video.

Napaluhod nalang ako at napasuntok sa sahig kasabay ang paghagulhol nang makita ko kung sino ang nasa video. May mga nakapalibot na mga nakamaskarang lalaki kay papa, habang siya naman ay nakapiring at nakaluhod sa buhangin. They were in the desert.

Wala akong ibang narinig sa video kundi ang usapan ng limang lalaking naroon. I could not understand what were they talking about, but I knew they were speaking in Arabic.

Kapagkuwan ay napabalikwas ako at tumakbo paakyat ng stage nang sunod-sunod nilang pinagsusuntok si papa at binato ng buhangin sa mukha. Ilang beses nilang ginawa iyon dahilan para mapasigaw ako at mapahagulhol.

"Papa!!!" I shouted.

Naramdaman ko nalang na mayroong humahagod sa likod ko at humawak sa balikat ko. Subali't hindi ko sila pinansin. Nakatingin lang ako sa projector screen at hinihintay kung ano ang mga susunod na mangyayari.

Ilang sandali pa ay lahat ng mga bisita at pati na rin ako ay napahiyaw nang pinagsasaksak si papa.

Wala akong ibang nagawa kundi ang sumigaw at humagulhol nalang. Wala akong magawa. Hindi ko man lang siya natulungan...

Habang patuloy ang pagsaksak nila kay papa ay ibinuka ng isang nakamaskarang lalaki ang bibig niya. Kapagkuwan ay pabato nitong nilagyan ng buhangin ang bunganga ni papa.

Kitang-kita ko kung paano umubo at nahihirapang huminga ang aking ama. Sunod-sunod ding nagsipatakan ang kaniyang mga luha at dugo.

"Mga hayop! Mga hayop kayo!!! Papa!!!" Halos magwala na ako sa sobrang galit at paghihinagpis. Naitulak ko pa si uncle na kanina ay hawak-hawak ako sa balikat.

"Mga walang puso! Mga hayop!!!" Muling sigaw ko. "Papa..." Sa pagkakataong iyon ay napahagulhol na ako ng sobra. Nahihirapan akong huminga na tila ay hihimatayin ako. Ang sakit. Sobrang sakit...

Makaraan pa ang ilang sandali nang muling tumunog ang orchestra at umawit ang kantor.

> *If I could steal one final glance*
> *One final step*
> *One final dance with him*
> *I'd play a song that would never ever end*
> *'Cause I'd love love love to*

Dance with my father again

Nangangatog ang buo kong katawan at hindi alam kung ano ang gagawin sa sandaling iyon. Gusto kong sumigaw, nguni't tila ay nawalan ako ng boses sa sandaling tumutok ang spotlight sa kinaroroonan ko kanina.

There was a black coffin in the middle part of the venue...

Hindi man sabihin sa akin ni uncle, alam ko kung sino ang nasa loob niyon. Kapagkuwan ay dagling bumaba ako ng stage para puntahan...

Si papa...

Sometimes I'd listen outside her door
And I'd hear how mama would cry for him
I'd pray for her even more than me
I'd pray for her even more than me

Habang papalapit ako sa kabaong ay natanaw ko ang isang rosas na nakapatong doon at naalala ko ang mga sinabi niya sa video that he will be my eighteenth rose and my last dance.

Akala ko ba ay isasayaw niya ako? Bakit nasa kabaong siya?

He did keep his promise. He did... Subali't hindi ang mismong katawan niya ang makakasayaw ko, kundi ang kaniyang kabaong.

I just found myself hugging and dancing with his coffin.

He made it. He came... *Dead*.

I know I'm praying for much too much
But could you send her
The only man she loved
I know you don't do it usually

But Dear Lord

She's dying to dance with my father again

I thought an 18th birthday was supposed to be the most special and unforgettable day in a girl's life. A day where adulthood welcomes me with open arms. Where I receive gifts and surprises. Where I have a grand and elegant celebration.

But why is life so unfair? What did I do wrong? I just wanted to celebrate my birthday with joy, to embrace this milestone with happiness.

So, what now? I'm completely messed up...

Iginala ko ang tingin sa paligid habang yakap-yakap ko parin ang kabaong ni papa. Lahat sila nakatingin sa akin. I saw sympathy in their eyes. Kapagkuwan ay hinigpitan ko ang pagkakayakap sa kabaong.

"What a grandiose birthday. Full of suprises. Just wow..." I chuckled then simpered.

Every night I fall asleep

And this is all I ever dream...

As soon as the song ended, I stopped crying and wiped my tears.

I closed my eyes and whispered, "Happy birthday, Hyacinth. Happy 18th birthday…" I forced a sad smile and kissed his coffin.

About the author

Shinosakka

Shinosakka, meaning "writer of death" in Japanese, is the pen name of a passionate writer who loves crafting tragic stories. The author is deeply drawn to the complexity of human emotions, especially the beauty in sorrow and loss. With every story, Shinosakka aims to explore the raw and powerful impact of tragedy on the human spirit.

Outside of writing, Shinosakka is a second-year Environmental Science student at Cavite State University. The author's studies reflect a strong commitment to understanding and preserving the environment, balancing both creative and academic pursuits. Shinosakka's writing is characterized by a unique blend of emotion and realism, with a special focus on themes of love, loss, and hope. Though tragedy is at the heart of their stories, Shinosakka believes that through pain, we often find the most profound connections and growth.

www.ingramcontent.com/pod-product-compliance
Lightning Source LLC
LaVergne TN
LVHW041601070526
838199LV00046B/2092